D1763399

சாய்மான வெளிச்சம்

சாய்மான வெளிச்சம்

ந. ஜயபாஸ்கரன் (பி. 1947)
மொழிபெயர்ப்பாளர்

மதுரையில் பிறந்தவர். தியாகராசர் கல்லூரியில் முதுகலைத் தமிழும் அறிஞர் எஸ்.ஆர்.கே.யிடம் முதுநிலை ஆங்கிலமும் பயின்றுள்ளார்.

'அர்த்தநாரி' (1987), 'அவன்' (1989), 'அவள்' (1999), 'சிறுவெளி வியாபாரியின் ஒருவழிப் பயணம்' (2013), 'பிற்பகல் பொழுதுகளின் உலோக மஞ்சள்' (2018), 'அறுந்த காதின் தனிமை' (2021) ஆகிய கவிதைத் தொகுப்புகள் இதுவரை வெளிவந்துள்ளன.

மதுரை வெண்கலக்கடைத் தெருவில் தன் தந்தை நிறுவிய பாத்திரக் கடையைத் தொடர்ந்து நடத்திவந்தவர், அண்மையில் வியாபாரத்தை நிறுத்திவிட்டார்.

தொடர்புக்கு: 7598330646

மின்னஞ்சல்: *njayabha@gmail.com*

எமிலி டிக்கின்ஸன்

சாய்மான வெளிச்சம்

தமிழில்
ந. ஜயபாஸ்கரன்

காலச்சுவடு பதிப்பகம்

● அன்பார்ந்த வாசகருக்கு,

வணக்கம்.

காலச்சுவடு நூலை வாங்கியமைக்கு நன்றி.

நூலின் உள்ளடக்கம், உருவாக்கம், அட்டைப்படம் இன்ன பிற அம்சங்கள் பற்றிய உங்கள் கருத்துகளையும் ஆலோசனைகளையும் காலச்சுவடு வரவேற்கிறது. தகவல், எழுத்து, வாக்கியப் பிழைகள் தென்பட்டால் கட்டாயம் தெரிவித்து உதவுங்கள். நூல் தயாரிப்பில் கடும் குறைபாடு இருப்பின் மாற்றுப் பிரதி உங்களுக்குக் கிடைக்கக் காலச்சுவடு ஏற்பாடு செய்யும்.

மின்னஞ்சல்: **publisher@kalachuvadu.com**

காலச்சுவடு நாகர்கோவில் தலைமையகத்துக்கும் கடிதம் அனுப்பலாம்.

தங்கள்
எஸ்.ஆர். சுந்தரம் (கண்ணன்)
பதிப்பாளர் – நிர்வாக இயக்குநர்

சாய்மான வெளிச்சம் ❖ கவிதைகள் ❖ ஆசிரியர்: எமிலி டிக்கின்ஸன் ❖ தமிழில்: ந. ஜயபாஸ்கரன் ❖ மொழிபெயர்ப்புரிமை: ந. ஜயபாஸ்கரன் ❖ முதல் (குறும்) பதிப்பு: டிசம்பர் 2022, இரண்டாம் பதிப்பு: மார்ச் 2023 ❖ வெளியீடு: காலச்சுவடு பப்ளிகேஷன்ஸ் (பி) லிட்., 669, கே.பி. சாலை, நாகர்கோவில் 629001

caaymaana veLiccam ❖ Poems ❖ Author: Emily Dickinson ❖ Translated by N. Jayabhaskaran ❖ Translation © N. Jayabhaskaran ❖ Language: Tamil ❖ First (Short) Edition: December 2022, Second Edition: March 2023 ❖ Size: Demy 1 x 8 ❖ Paper: 18.6 kg maplitho ❖ Pages: 96

Published by Kalachuvadu,669 K.P. Road, Nagercoil 629001, India Phone: 91-4652-278525 ❖ e-mail: publications @kalachuvadu.com ❖ Printed at Adyar Students xerox Pvt. Ltd., No. 275 Habibullah Road, Triplicane high Road, Opp Triplicane Post Office, Triplicane, Chennai 600005

ISBN: 978-93-5523-305-9

வாழ்நாள் எமிலி காதலர் ஆன
நண்பர் தேவகோட்டை வா. மூர்த்தியின்
நினைவுக்கு

பொருளடக்கம்

	நன்றி	13
	முன்னுரை: திகைப்பின் முட்டுச்சந்தில்	15
1.	எவ்வளவு மகிழ்ச்சியுடன் இருக்கிறது...	21
2.	நாம் பெற்றிருக்கும் வாழ்க்கை...	22
3.	தாழ்ந்த வானம்...	23
4.	சாத்தியங்களில் நான் வசிக்கிறேன்...	24
5.	இயற்கை அரிதாகவே உபயோகிக்கிறார்...	25
6.	நான் உயிர் துறந்தேன் அழகுக்காக...	26
7.	நான் ஒரு வார்த்தையும் பேசாதவர்களே...	27
8.	நம்பிக்கை என்பது...	28
9.	மௌனமே நம் திகில் அனைத்தும்...	29
10.	சொல்லிவிடு அனைத்து உண்மையையும்...	30
11.	மனம் கேட்கிறது மகிழ்ச்சியை முதலில்...	31
12.	அதிகம் பேசாத எரிமலை...	32
13.	ஆன்மா எப்பொழுதும் சிறிதே...	33
14.	நாங்கள் ஒருவருக்கு ஒருவர்...	34
15.	நான் இழந்தது...	35
16.	வெட்டு ஒன்றை உணர்ந்தேன்...	36
17.	கடுந்துயருடன் கூடிய...	37
18.	புகழ் என்பது...	38
19.	நாடகத்தின்...	39
20.	பரமபிதா...	40

21. விடை யூகிக்கக்கூடிய... 41
22. ஒரு மணிக்கூறே... 42
23. முதலில் தாகவயப்படுகிறோம்... 43
24. புகழுக்கான நுழைவாயிலில்... 44
25. ஆன்மா தனக்குத் தானே... 45
26. அவன் என்றும் காணாத... 46
27. அவனுடைய தேவைக்காக... 47
28. என் ஆற்றலை... 48
29. அவளைக் காண்பது... 49
30. விலக்கப்பட்ட கனிக்குள்ள... 50
31. சொல்லப்பட்ட ரகசியம்... 51
32. இயற்கை என்பது... 52
33. அந்த விலைமதிப்பற்ற சொற்கள்... 53
34. மகிழ்ச்சியான எந்த ஒரு மலருக்கும்... 54
35. ஒரு கடிதத்தை நான் வாசிப்பது... 55
36. ஒரு புத்தகத்தைப் போன்ற... 56
37. ஒரு ஆபரணத்தை... 57
38. அது விழுந்தது மிகவும் கீழாக... 58
39. நான் மனைவி... 59
40. நானொரு உலகத்தைத் தொலைத்தேன்... 60
41. மூடிகொண்டது எனது வாழ்க்கை... 61
42. ஆன்மா அவளுக்கான சமூகத்தை... 62
43. அப்படி ஒரு வண்ணத்துப்பூச்சி... 63
44. ஒவ்வொரு பறவைக்கும் ஒரு ரொட்டித்துண்டு... 64
45. வார வழிபாட்டு நாளை... 65
46. மேலே இருக்கும் தந்தையே... 66
47. 'விசுவாசம்' என்பது... 67
48. மிகுந்த வேதனைக்குப் பின்... 68
49. ஒருபோதும் மரிக்காத... 69
50. ராபின் பறவைகள்... 70
51. மெதுவாக வா... 71

52. உனது ஆன்மாவில்...	72
53. என் வாழ்க்கை மூலைகளில்...	74
54. என்னுடைய விழி...	76
55. முன்னுணர்வு என்பது...	78
56. ஒரு மயிரிழையில் தப்புவதை...	79
57. நினைவுக்கு ஒரு...	80
58. அறுவை மருத்துவர்கள்...	81
59. ஒருவலி - அத்தனை முழுமையானதாய்...	82
60. அமைதி வந்துவிட்டதென...	83
61. துயரத்தின் ஊடே...	84
62. ஏன் என்னை அடைக்கிறார்கள்...	85
63. ஒரு ஈமச்சடங்கை உணர்ந்தேன்...	86
64. மரணத்துக்குப் பின்...	88
65. பலகையிலிருந்து பலகைக்கு...	89
66. கிட்டத்தட்ட காணாமல் போனேன்...	90
67. அப்பொழுது மரித்தவர்கள்...	91
68. நாம் சென்றுகொண்டிருக்கும்போது...	92
69. ஒரு விதமான சாய்மான வெளிச்சம்...	93
70. கிணறுகள் எங்கு சுரக்கின்றன...	94
71. நான் மரணத்துக்காக நிற்க முடியாது...	95

நன்றி

எமிலியின் கவிதைகளை மொழிபெயர்ப்பதில் பல்வேறு காலகட்டங்களில் உதவியவர்கள் நண்பர்கள் வா. மூர்த்தி, கார்த்திகைப் பாண்டியன், நம்பிகிருஷ்ணன், வே.நி. சூர்யா ஆகியோர்.

நண்பர் நம்பி கிருஷ்ணன் செய்த சில திருத்தங்கள் மொழிபெயர்ப்பை மேம்படுத்துவதாக அமைந்துள்ளன. 'முன்பு தெளியாத மறை நிலங்கள் தெளிகின்றோமே.'

கவிஞர் வே.நி. சூர்யாவுடனான தொடர் கைபேசி உரையாடல் அகக்கிளர்ச்சி அளிப்பதாகவும், மொழிபெயர்ப்பின் சூட்சுமங்களை உணர்த்துவதாகவும் இருக்கிறது.

யாழ்ப்பாண இரவுகளின் ஒடுங்கிய அமைதியின் ஊடே எமிலியின் கவிதைகளுக்குள் சளைக்காமல் உடன் பயணித்து வந்தார் என் இளைய மகன் ராகேஷ் நடராஜ்.

குறுகிவரும் காலத்தை நினைவுபடுத்திச் சிலவற்றைச் செய்து முடிக்க உரிமையுடன் வற்புறுத்தி வருபவர் நண்பர் ஷங்கர்ராமசுப்ரமணியன்.

'எழுதிக்கொண்டே இருக்க வேண்டும்' என்பதை மந்திர உச்சாடனம்போல் கைபேசியில் சொல்லி வரும் நண்பர் சுரேஷ்குமார இந்திரஜித்.

இந்த மொழிபெயர்ப்புக் கவிதைகளை மின்னஞ்சலில் அனுப்பிய ஒரு வாரத்திலேயே படித்துப் பிரசுரிக்கவும் ஏற்பாடு செய்த கவிஞர் சுகுமாரன்.

தொகுப்பை நேர்த்தியாகக் கொண்டுவந்துள்ள 'காலச்சுவடு' கண்ணன்

நூலினை நுட்பமாக வடிவமைத்த மஞ்சு

அனைவருக்கும் நன்றி.

முன்னுரை

திகைப்பின் முட்டுச்சந்தில்

எமிலி டிக்கின்ஸன் அவளுடைய தந்தையார் வாங்கித் தந்த, அவள் அளவு உருவமுள்ள நாய் கார்லோவுடன் ஒரு கூதிர்கால மாலைப்பொழுதில் மதுரையிலுள்ள எங்கள் வீட்டுக்கு வந்திருந்தாள்.

கால வழு தவிர வேறு வழு இல்லாத இந்த வாக்கியம் அதைப் படிப்பவர் மனத்தில் எந்தச் சலனத்தையும் ஏற்படுத்தாது.

ஆனால் என் அகத்தில் ஒரு சிறு கொந்தளிப்பை உண்டுபண்ணுகிறது அது.

அதுபோலத்தான் மொழிபெயர்க்கப்பட்டுள்ள எமிலியின் இந்தக் கவிதைகளும்.

படிப்பவர்கள் உடைந்த வரிகளின் அடுக்குகளாக அவற்றைக் கடந்து சென்றுவிடக்கூடும்.

ஆனால் அவை வழியே இரவு பகலற்ற எண்ண வெளியில் எமிலியுடன் உரையாடிக் கொண்டிருப்பதாகவே உணர்கிறேன்.

அவளது கவிதைகள் அறிமுகமாகி நாற்பத்தைந்து ஆண்டுகள் ஆகியும் திகட்டல் தீண்டவில்லை அந்த உறவை.

> உன்றன்னோடு
> உறவேல் நமக்கிங்கு ஒழிக்க ஒழியாது

என்ற ஆண்டாளின் சொற்கள் எதிரொலிக்கும் கணங்கள்.

○

ஆனால் இந்தப் பரவசம் மட்டுமே எமிலியின் கவிதைகளை மொழிபெயர்க்கப் போதாது என்பதை வலியுடன் உணர்ந்த கணங்களும் அவையே.

அவளுடைய வாழ்க்கையைப் போலவே விசித்திரமான தன்மையும் நுட்பமான சாயைகளும் கொண்டவை அவளுடைய தலைப்பிடப்படாத 1789 கவிதைகள். ஏழு கவிதைகள் தவிர மற்றவை அவளது வாழ்நாளில் பிரசுரம் ஆகாதவை.

'பிரசுரம் என்பதே மனத்தை ஏலம் விடுவதுதான்' என்ற நிலைப்பாடு கொண்ட எமிலி, அவளை அணுகுவதற்கு எளிதான பிடிகள் எவற்றையும் அளிப்பதில்லை.

தன்னுடைய தனித்தன்மையைத் தக்கவைத்துக்கொள்வதில் தீவிரமாகவே இருந்திருக்கிறாள் இறுதிவரை.

அவளது தனித்த எழுத்தின் குணங்கள் சிலவற்றை இவ்வாறு தொகுத்துப் பார்க்கலாம்:

அகராதியே வாழ்க்கைத் துணை என்றிருந்ததால் சொற்களிலும் அவற்றின் இடைவெளிகளிலும் அவளுக்கிருந்த கவனம் –

உண்மையை நோக்கிச் சரிந்து செல்லும் வரிகள் –

திடுக்கிடச் செய்யும் தொடக்க வரிகள் –

துண்டித்து விழும் சொற்றொடர்கள் –

எதிர்பார்த்திராத சொற்சேர்க்கைகள் –

ஒழுங்கும் ஒழுங்கின்மையும் ஒரே சமயம் கொண்ட சந்தங்கள் –

விரவிவரும் முகப்பெழுத்துகள் –

அவளுடைய அடையாளமே ஆன இடைக்கோடுகள் –

பொருள்கோள் சிக்கல்கள் –

பருப்பொருலிருந்து நுண்பொருளுக்குத் தாவிச் செல்லும் பாய்ச்சல்கள் –

உணர்வுப் புதிர்நிலைகள் –

இந்தப் பண்புகள் யாவும் மொழிபெயர்ப்பாளரைத் திகைப்பில் ஆழ்த்தக்கூடியவை.

○

சற்றே திறந்திருக்கும் கதவு என்பது எமிலியின் கவிதைக்கான உருவகம் என்று தோன்றுகிறது. மனிதர்களுடன், இயற்கையுடன், இறப்புடன், இறவாமையுடன், இறைவனுடன் அவளுக்கான உறவு பாதி திறந்தும் பாதி மூடியும் ஆன நிலையிலேயே இருக்கிறது.

இந்த நிச்சயமற்ற தன்மை வாசகராக இருக்கும்பொழுது கிளர்ச்சி அளிக்கக்கூடியது;

மொழிபெயர்ப்பாளராக இயங்கும்போது தடுமாற்றம் தரக்கூடியது.

அவளுடைய கவிதையின் தொனிப் பொருளும் மொழிபெயர்ப்பாளருக்கு நிரந்தரச் சவாலாக அமைவதுதான்.

'அபிதா சக்தியால் உணர்த்தப்படும் முக்கியப் பொருளும், அப்பொருளை அளிக்கும் சொல்லும் பின்னணியில் இருந்துகொண்டு எந்த ஒரு பொருளைத் தொனிக்கும்படி செய்கின்றனவோ, அந்தப் பிறிதொரு பொருள்தான் தொனிப் பொருள்' என்று ஆனந்தவர்த்தனர் விளக்குகிறார்.

அந்த தொனிப் பொருள் ததும்பும் எமிலியின் கவிதைகள், அதனாலேயே பிறிதொரு மொழிக்குள் அடங்க மறுக்கின்றன.

ஒரு சிறிய எடுத்துக்காட்டு, 'அது விழுந்தது மிகவும் கீழாக' (கவிதை எண் 38).

◯

அடங்க மறுப்பவற்றைப் பெறுமொழிக்குள் அடக்க முயலும்போதுதான் மொழிபெயர்ப்பாளரின் போதாமைகள் வெளிப்படுகின்றன.

அதுவரை புரிந்ததுபோல் தோன்றிய கவிதைகள் வேறு தோற்றம் கொள்ளத் தொடங்குகின்றன.

எமிலியே ஒரு கவிதையில் சொல்வதுபோல்,

நேற்றிரவு நீ அறிந்த
நட்சத்திரங்கள்
இன்று காலை
அந்நியர்கள் ஆவது
போல

ஒரு கட்டத்தில் நெருக்கமாய்த் தோன்றிய வரிகள் அந்நியத் தன்மை கொள்கின்றன.

தன்னுடைய உணர்ச்சிகளையும், தீர்மானங்களையும் பூடகமாகவே சொல்லிச் செல்லும் கவிஞர் என்பதால் மொழிபெயர்ப்பாளரும் அந்த மூடுதன்மையைக் காப்பாற்ற வேண்டிவருகிறது.

19ஆம் நூற்றாண்டு நியூ இங்கிலாந்துப் பகுதியின் இறுக்கமான மத அனுஷ்டானங்களுக்கு மாறாக, நம்பிக்கையும் அவநம்பிக்கையும் இணைந்தே ஒலிக்கும் எமிலியின் கவிதைகளை, அவற்றின் இரட்டை நிலைக்குப் பங்கம் வராமல் மொழிபெயர்ப்பது கடினமானதாகவே இருக்கிறது.

அவற்றைப் புரிந்துகொண்டதான தனது பாவனைமீது சந்தேகம் வருகிறது பல சமயங்களில்.

அப்பொழுதெல்லாம் முட்டுச்சந்தின் இறுதியில் நிற்பதான திகைப்பு மேலிட மொழிபெயர்ப்பைக் கைவிட வேண்டி நேர்ந்திருக்கிறது.

ஆயினும் எமிலி சொல்வதுபோல் 'நம்பிக்கை என்ற இறகுகளைக் கொண்ட வஸ்து' தனது இசையைக் கைவிட மறுக்கிறது.

○

1978ஆம் ஆண்டு மார்ச் 12ஆம் நாள். அறிஞர் எஸ்.ஆர்.கே. எமிலி டிக்கின்ஸனை அறிமுகம் செய்துவைத்தபோது, மாலைச் சூரியனின் கதிர்கள் சரியத் தொடங்கியிருந்தன.

1990ஆம் ஆண்டு நவம்பர் 17 அன்று, தாமஸ்.ஹெச். ஜான்ஸன் பதிப்பித்த எமிலி டிக்கின்ஸனின் முழுக்கவிதைத் தொகுப்பையும் (1775 கவிதைகள்) கடைக்குக் கொடுத்தனுப்பியிருந்தார் மதிப்பிற்குரிய சுந்தர ராமசாமி.

ரிச்சர்ட் பி. செவால் எழுதிய 'எமிலி டிக்கின்ஸனின் வாழ்க்கை' என்ற அரிய நூலை, 2000ஆம் ஆண்டு ஜூன் 15 அன்று, நேரில் கொண்டுவந்து கொடுத்தார் அன்புக்குரிய ஜெய் பாலச்சந்திரன்.

2018 மே 8 அன்று ஆர்.டபிள்யூ. ப்ராங்ளினின் பதிப்பில் வந்த எமிலி டிக்கின்ஸனின் 1789 கவிதைகள் அடங்கிய தொகுதியை அனுப்பிவைத்திருந்தார் தாமஸ் ஹிட்டோஷி புரூக்ஸ்மா என்ற டாம் என்றழைக்கப்படும் இனிய நண்பர்.

அறுக்க மாட்டாதவன் இடுப்பில் அம்பத்தேழு அரிவாள்கள்!

○

நான் அறிந்தவரை எமிலியின் கவிதைகளைத் தமிழில் மொழிபெயர்க்க எடுத்துக்கொண்ட சில முன் முயற்சிகள்: மே 1975 பிரக்ஞை இதழில் 'பதி'யின் (மஹாகணபதியின்) கச்சிதமான மொழிபெயர்ப்பில் வெளிவந்த எமிலி டிக்கின்ஸனின் ஆறு கவிதைகள்.

ஆவணி 2002 புது எழுத்து இதழில் லதா ராமகிருஷ்ணன் நுட்பமாக மொழிபெயர்த்திருந்த 33 எமிலி டிக்கின்ஸன் கவிதைகள்.

டிசம்பர் 2006இல் 'கண்ணாடியில் மிதக்கும் பிம்பம் : எமிலி டிக்கின்ஸன் கவிதைகள்' என்ற தலைப்பில் இரெ. மிதிலா மொழிபெயர்த்த 90 கவிதைகள் அடங்கிய குறிப்பிடத்தக்க நூல் (எமிலியின் ஆளுமையை நவீன நோக்கில் அவதானிக்கிற 'கூட்டில் ஒடுங்கிய வானவில்' என்ற 13 பக்கப் பின்னுரையுடன்).

எமிலி டிக்கின்ஸன் கவிதைகள் 41, டி.ஹெச். லாரன்ஸ் கவிதைகள் 13 ஆகியவற்றைச் சரளமான நடையில் மொழிபெயர்த்து, 'மொழிபெயர்ப்புக் கவிதைகள்' என்ற தலைப்பில் 2021 ஆம் ஆண்டு ஸ்ரீ வில்லிபுத்தூர் எஸ். ரமேஷ் வெளியிட்ட நூல். இந்த மொழிபெயர்ப்புகள் தவிர எமிலியின் கவிதை குறித்த இரண்டு விரிவான தமிழ்க் கட்டுரைகள்:

i) தேவகோட்டை வா. மூர்த்தியின் 'சொல்லற்ற சாகரத்தின் சின்னம் எமிலி டிக்கின்ஸன்'

ii) கவிஞர் சுகுமாரனின் 'வெண்ணிற வெப்பம்'

❍

எமிலியின் கடிதத் தொகுப்புகள் மூன்றும், மொழிபெயர்க்கப்படாத எண்ணற்ற கவிதைகளும், உணர்திறனும் நுட்ப மொழியும் கொண்ட நவீனத் தமிழ்க் கவிஞர்களை நோக்கி நிற்கின்றன.

என் அளவில் மிடறு மிடறாக நான் பருகிய பானத்தை அதே அளவில் இந்த மொழிபெயர்ப்பிலும் முன்னுரையிலும் அளித்திருக்கிறேன்.

இறுதியில் எஞ்சுவது ஒரு நிறைவின்மையே.

காளிதாசரின் சொற்களில், 'உயரமான மனிதனால் அடையத் தகுந்த பழத்தின் மீதுள்ள ஆசையினால், நீட்டிய கையை உடைய குள்ளனைப் போல' உணர்கிறேன் இந்தக் கணத்தில்.

மதுரை, **ந. ஜயபாஸ்கரன்**

28.11.2022.

1

எவ்வளவு மகிழ்ச்சியுடன் இருக்கிறது
தனியே சாலையில் திரியும்
அந்தக் கூழாங்கல்
பணி சார்ந்த அக்கறை எதுவுமின்றி
அவசரத் தேவைகள் பற்றிய அச்சம் எதுவுமின்றி –

கடந்து செல்லும் பிரபஞ்சம் அளித்தது
அதன் ஆதாரப் பழுப்பு அங்கியை

சூரியனைப் போல்
அது
சுதந்திரமாக
இணைந்தோ
தனித்தோ
ஒளிர்கிறது

இயல்பான எளிமையில்
முழுமையான தீர்ப்பாணையை
நிறைவேற்றியவாறு –

2

நாம் பெற்றிருக்கும் வாழ்க்கை மிகப் பெரியது.
நாம் பார்க்க இருக்கும் வாழ்க்கையோ
அதை விஞ்சக் கூடியது
என அறிவோம்
ஏனெனில்
அது முடிவில்லாதது —
ஆனால்
பரவெளி அனைத்தும்
பார்க்கப்பட்ட பின்
ஆட்சிப் பரப்பு அனைத்தும்
காட்டப்பட்ட பின்

சின்னசிறு
மனித இதயத்தின் பரப்போ
அதை எல்லாம்
சுருக்கி விடுகிறது
சூன்யமாக —

3

தாழ்ந்த வானம்
கடுகடுத்த மேகங்கள்
பயணிக்கும் பனிச்சீவல்
மாட்டுக் கொட்டிலின் குறுக்கே
நடக் குழியின் ஊடே
போவேனோ என்று விவாதிக்கிறது –

ஒரு குறுகிய காற்று நாள்முழுதும்
முறையிடுகிறது
யாரோ ஒருவர்
தன்னை நடத்திய விதத்தைப் பற்றி –

இயற்கையும்
நம்மைப் போலவே
சில சமயங்களில்
மாட்டிக் கொள்கிறது
மகுடம் இன்றி

4

சாத்தியங்களில் நான் வசிக்கிறேன் —
உரை நடையைக் காட்டிலும்
ஒரு உகப்பான இல்லம் அது —
கணக்கற்ற ஜன்னல்கள் —
மேலான கதவுகள் —

பார்வை துளைக்க முடியாத
தேவதாரு மரத்தைப் போன்ற
உள்ளறைகள் —
நிரந்தர மேற்கூரையாக
வானத்தின் வளைவுகள் —

பார்வையாளர்களின்
மிக நேர்த்தியான
குடியிருப்பு இதுவே —

எனது குறுகிய கரங்களின்
அகண்ட விரிதல்கள்
சுவர்க்கத்தை அள்ளுவதற்கே —

5

இயற்கை அரிதாகவே உபயோகிக்கிறாள்
மஞ்சளை
மற்றெந்த வர்ணத்தையும் விட

சேமிக்கிறாள்
அது அனைத்தையும்
சூரிய அஸ்தமனங்களுக்கென

நீலத்திலோ
ஊதாரி

ஒண்சிவப்பைச் செலவழிக்கிறாள்
ஒரு பெண்ணைப் போல

மஞ்சளைத் தருகிறாள்
சிறிதே
கவனத் தேர்வுடனே
காதலரின் சொற்களைப் போலே

6

நான் உயிர் துறந்தேன் அழகுக்காக –
கல்லறையில் சரிவரப்
பொருத்தப்படக் கூட இல்லை –

அப்பொழுது
உண்மைக்காக உயிர்விட்ட ஒருவன்
அடுத்து அறையில் இருத்தப்பட்டான் –

மென்மையாக வினவினான் அவன்
நான் ஏன் தோற்றுப் போனேன் என்று –
'அழகுக்காக' என்றேன் –

'நான் உண்மைக்காக
இரண்டுமே ஒன்று தான் –
நாமிருவரும் சகோதரர்கள்'
என்றான் அவன்

ஓர் இரவே சந்திக்கும் உறவினர் போல
உரையாடினோம் நாங்கள் –
பாசி எங்கள் உதடுகளை அடைந்து –
எங்கள் பெயர்களை முழுதாக மூடும் வரை –

7

நான் ஒரு வார்த்தையும் பேசாதவர்களே
எனக்கு மிகவும் அறிமுகம் ஆனவர்கள்

பட்டணத்துக்கு வருகிற நட்சத்திரங்கள்
ஒருபோதும் அவமதித்ததாக
மதிப்பிட்டதில்லை என்னை –

அவற்றின் விண்ணுலக அழைப்புக்கு
நான் பதிலளிக்கத் தவறிய போதிலும் –

எனது முகத்தின் நிலையான பயபக்தியே
போதுமான மரியாதை –

8

நம்பிகை என்பது இறகுகளைக் கொண்ட வஸ்து -
அது ஆன்மாவில் வந்தமர்ந்து
சொற்களற்ற பண்ணை இசைக்கிறது -
ஒரு போதும் நிறுத்தாமலே -

மிகுந்த இனிமையுடன்
சூறைக் காற்றிலும் ஒலிக்கிறது -

அநேகருக்கும்
ஆறுதலான இதம் தந்த
அச்சிறு பறவையை
வெட்கமுறச் செய்ய முடியும் என்றால் -

கடுமையானதாகவே
இருக்க வேண்டும்
அந்தப் புயல் -

நடுக்கும் குளிர்ப்பிரதேசத்திலும்
அதைக் கேட்டிருக்கிறேன்-

மிக விசித்திரமான
கடல் பரப்பின் மேலும்-

எனினும்
உச்சத் துயரிலும்
ஒரு துணிக்கையையும்
கேட்டதில்லை
என்னிடம்
அது-

9

மௌனமே
நம் திகில் அனைத்தும் –

ஒரு குரலில் இருக்கிறது
பிணைய மீட்பு –

ஆனால் மௌனமோ
முடிவிலி.

முகமற்றதும் கூட.

10

சொல்லிவிடு அனைத்து உண்மையையும்
ஆனால் சுற்றுச் சரித்து –
வெற்றி என்பது
சுற்றுப் பாதையில்தான் கிடக்கிறது
உண்மையின் மேலான வியப்போ
நம்முடைய உறுதியற்ற உவகைக்குக்
கூசு வெளிச்சம் –

கருணையுடன் கூடிய விளக்கத்தால்
குழந்தைகளுக்குக் கடுமை குறைக்கப்பட்ட
மின்னல்போல

சிறுச் சிறிதே ஜொலிக்க வேண்டும் உண்மை
அல்லது
குருடாகி விடுவான் ஒவ்வொரு மனிதனும்

11

மனம் கேட்கிறது மகிழ்ச்சியை – முதலில் –
பின் – வலியிலிருந்து விடுபடுவதை –
அதன்பின் –
துயரத்தை மழுங்கச் செய்யும்
அந்தச் சிறிய ஆறுதல் மருந்தை –

அதற்குப் பின்
உறங்கச் செல்ல –
அதற்கும் பின்
அதன் விசாரணையாளரின்
விருப்பம் அதுதான் என்றால்
இறப்பதற்கான
தனிச்சலுகையை –

12

அதிகம் பேசாத எரிமலை
பாதுகாப்பாக வைத்திருக்கிறான் –
ஒருபோதும் துயிலாத அவனது திட்டங்களை –

கனலும் அவனது செயல்திட்டங்கள்
பகிரப்படுவதில்லை
நிலையற்ற மனிதன் எவனுடனும் –

யெஹோவா அவளுக்குத் தெரிவித்த கதையை
இயற்கை சொல்லவில்லை என்றால்
கேட்பவர் யாருமில்லாமல்
மனித இயல்பால் எஞ்சிப் பிழைத்திருக்க
முடியாதா என்ன?

பிதற்றுபவன் ஒவ்வொருவனும்
அவளது நெளிந்த உதடுகளால் கண்டிக்கப்பட வேண்டும்.

மனிதர்கள் பாதுகாக்கும் ஒரே ரகசியம் என்பது
இறவாமைதான்.

13

ஆன்மா எப்பொழுதும் சிறிதே
திறந்திருக்க வேண்டும்
கடவுள் விசாரித்தால்
அவர் காத்திருக்கும்படி
ஆகக் கூடாது.
அல்லது அவளைச் சிரமப்படுத்துவதாய்த்
தயங்கக் கூடாது

புறப்பட வேண்டும்
விருந்தோம்புநர்
கதவைத் தாழிடும் முன் –

இல்லாமல் போன
அவளுடைய வருகையாளர் ஆன
அந்தத் தேர்ந்த விருந்தினரைத்
தேடுவதற்கு –

14

நாங்கள் ஒருவருக்கு ஒருவர்
ஒருவரைப் பற்றி ஒருவர்
உரையாடினோம்
ஒருவர் கூடப் பேசாமல் –

கேட்டுக்கொண்டிருந்தோம்
நொடிகளின் ஓட்டப் பந்தயத்தை
மேலும்
கடிகாரத்தின் குளம்பொலியை –
எங்களின்
முடக்குவாத
முகங்களின் முன்
சிறிது நின்றவாறு
கருணை கூர்ந்தது காலம் –
நிவாரணப் படகுகளை எங்களுக்குக் கொடுத்தது –
எடுத்துக் கொண்டோம் நாங்கள் –
அராரத் மலைகளை –

15

நான் இழந்தது
இருமுறைக்கு மேல்
இல்லை

அதுவும்
புல் தரைக்குள் –

கடவுளின் திருக்கதவின் முன்
இரந்து நின்றேன்
இருமுறை!

இருமுறை இறங்கிவந்த
தேவதைகள்
எனது சேம இருப்பை
ஈடு செய்தார்கள் –

கள்வனே!
காப்பாளனே!
பிதாவே!
ஏழையாகி விட்டேன்
மீண்டும் ஒரு முறை!

16

வெட்டு ஒன்றை உணர்ந்தேன் மனதில் –
என் மூளையே பிளந்து விட்டது போல –
தையல் தையலாய் இணைக்க முயன்றேன் –
ஆனால் அவற்றைப் பொருத்த முடியாமல் போய்விட்டது –

பின்னால் இருந்த சிந்தனையை
அதற்குப் பின்னால் இருந்த சிந்தனையுடன்
பிணைக்க முயன்றேன் –

கைக்குச் சிக்காமல் தொடர் அறுந்து
தரையில் உருளும் பந்துகளாய்

17

கடுந்துயருடன் கூடிய ஒரு பார்வையை நேசிக்கிறேன்.
ஏனெனில் அது உண்மையானதென்று அறிவேன்
நடுக்கத்தை மனிதர்கள் பாசாங்கு செய்வதில்லை

அலறலையும் –

விழிகள் ஒருமுறையே வெறுமையுடன் நோக்குகின்றன –
அதுவே மரணம் –

எளிய வேதனை கோத்த
முன் நெற்றி முத்துகளை
போலியாகக் காட்டுவதும்
அசாத்தியமானது –

18

புகழ் என்பது
இடம் மாறியபடியே இருக்கும்
தாலத்தின் மீது
பரிமாறப்படும்
நிலையற்ற உணவு

அதன் மேசையில்
மறு அழைப்பு இல்லாத
ஒரு முறை
விருந்தினர் மட்டுமே

அதன் துணிக்கைகளை
மேற்பார்வையிடும்
காகங்கள்
ஏளனக் கரைதலுடன்
குடியானவனின் தானியத்துக்குப்
படபடக்கின்றன.

மனிதர்கள்
அதைப் புசித்து
மரித்துப் போகிறார்கள்.

19

நாடகத்தின்
உயிர் ஆதார வெளிப்பாடு என்பது
நம்மிடையே எழுந்து அஸ்தமிக்கிற
சாதாரண நாளே –

மற்ற அவலமோ
உச்சாடனத்தில் மரிப்பது –
இதை மேன்மையானவர்கள் நிகழ்த்துகிறார்கள்
பார்வையாளர் கூட்டம் சிதறி
அரங்கங்கள்
அடைக்கப்படும் பொழுது –

ஷேக்ஸ்பியர் எழுதியிரா விட்டாலும்
ஹாம்லெட்டைப் பொறுத்தவரையில்
அவன் ஹாம்லெட்தான்
ரோமியோ அவனுடைய
ஜூலியட் பற்றிய
பதிவு எதையும்
விட்டுச் செல்லவில்லை என்றாலும் –

அது முடிவின்றி நிகழ்த்தப்படுகிறது –
மனித மனத்தில் –
உரிமையாளர் மூட முடியாத
ஒரே பதிவரங்கத்தில் –

20

அன்பிலிருந்து தொலைதூரத்திற்கு
வழிநடத்திச் செல்கிறார் பரமபிதா
தேர்ந்தெடுக்கப்பட்ட தேவ சிசுவை –

பெரும்பாலும்
மிதமான பசும்புல் வெளிகளைக் காட்டிலும்
முட்புதர்களின் ஊடே –

பெரும்பாலும்
நண்பனின் கரத்தைவிட
டிராகனின் கூர்வளை நகங்களினால்தான்

அந்தச் சிறு குழந்தையை
முன்பே அறுதி செய்யப்பட்ட
பிறப்பு நிலத்துக்கு
வழி நடத்துகிறார்

21

விடை யூகிக்கக்கூடிய
புதிரை
வெறுக்கின்றோம் நாம்
விரைவாக –

வேறெதுவும்
அவ்வளவு அலுப்பானதில்லை
நேற்றைய ஆச்சரியத்தைப் போல –

22

ஒரு மணிக்கூறே நிலைத்திருக்கும்
இந்தக் குறுகிய வாழ்க்கையில்
எவ்வளவு எவ்வளவு குறைவு –
நம் அதிகாரத்திற்குள் –

23

முதலில் தாகவயப்படுகிறோம் –
அது இயற்கையின் வெளிப்பாடு –
பிற்பாடு
நாம் இறக்கும் பொழுது –
கடந்து செல்லும் விரல்களிடம்
சிறிது நீரைக்
கெஞ்சிக் கேட்கிறோம் --

நுண்மையான தேவையைத்
தெரிவிக்கிறது அது --

அதனுடைய போதுமான கையிருப்பாக
இறவாமை என்று அழைக்கப்படும்
பெரும் நீர்ப்பரப்பு
இருக்கிறது
மேற்கில் --

24

புகழுக்கான நுழைவாயிலில்
இரந்து நிற்பவனுக்கு
எளிதாகவே
வழங்கப்படுகிறது

ஆனால்
அப்பம் என்ற அந்த
மிக தெய்வீகமான வஸ்து

மறுக்கப்படுவதற்காகவே
வெளிக்காட்டப்படுகிறது.

25

ஆன்மா தனக்குத்தானே
மாட்சிமை மிக்க நண்பன் –
அல்லது
பகைவன் அனுப்பக்கூடிய
கடுந்துயர் தரும் ஒற்றன் –

தம்மவர்க்கு எதிரே பாதுகாப்பாய்
ராஜத்துரோகம் எதற்கும் அஞ்சுவதில்லை அது –
அதுவே அதன் இறையாண்மை –
தன்னைக் குறித்துத் தானே
பிரமிப்பச்சத்தில் நிற்க வேண்டும்
ஆன்மா –

26

அவள் என்றும் காணாத உயரங்களை
அவளுக்குக் காட்டினேன் –
'ஏறுவாயா' என்றேன்
'வேண்டாமே' என்றாள் அவள்.
'என் உடன்' – என்றேன் –
'என் உடன்'
ரகசியங்களைக் காண்பித்தேன்
அவளுக்கு –
காலைப் பொழுதின் பறவைக் கூட்டை –
இரவுகளைக் கடத்திய கயிறுகளை –
இப்பொழுது
'ஏற்றுக்கொள்வாயா என்னை
விருந்தினன் ஆக?'
ஆம் என்று சொல்ல
வரவில்லை அவளுக்கு
அதன் பின்
வாழ்க்கையைப் பிளந்து காட்டினேன் –
ஓர் ஒளி
அவளுக்காகப்
பெருமிதத்துடன்
சுடர் விட்டது
மேலும் பரவியது
அவளது முகம் பின்வாங்கியபோது –
இதற்குப் பிறகும்

அவளால் மறுதலிக்க முடியுமா,
'இல்லை' என

27

அவனுடைய தேவைக்காக
உயர்ந்து எழுந்தாள் அவள் –
வாழ்க்கையின் விளையாட்டுப் பொருள்களைக்
கீழே போட்டுவிட்டாள் –
பெண் ஆக மனைவி ஆக
மரியாதைக்குரிய பணிகளை
எடுத்துக்கொள்வதற்கு –

அவளது புதிய நாளில்
ஏதேனும் தவறவிட்டதாக
அவள் உணர்ந்தால் –

மிகையளவா
பயக்கிளர்ச்சியா
நிகழக்கூடியதன் முதல் அனுமானமா
புழக்கத்தில் தேய்மானமுறும் பொன்னா –

அது
சொல்லப்படாததாய்க் கிடக்கிறது –
கடல் உருவாக்கும்
வெண்முத்தையும் பாசியையும்போல –
அவை உறையும் ஆழத்தை
அவனே அறிவான் –

28

என் ஆற்றலை
என் கரத்தில்
எடுத்துக்கொண்டேன் –
பின்
இந்த உலகத்தை
எதிர்த்துச் சென்றேன் –

அது
தாவீதிடம் இருந்ததுபோல்
அவ்வளவு வலிமை இல்லை
ஆனால்
என்னிடம் இருந்தது
இரு மடங்கு துணிச்சல் –

குறிவைத்தேன்

என்னுடைய
கூழாங்கல்லை –

ஆனால்
வீழ்ந்தது யாரென்றால்
நான் மட்டுமே –

உண்மையில்
கோலியாத் அவ்வளவு பெரியவனா –
அல்லது
நான் அவ்வளவு சிறியவளா?

29

அவளைக் காண்பது
ஒரு சித்திரம் –
அவளைக் கேட்பது –
ஒரு ராகம் –
அவளை அறிவது
ஒரு மட்டு மீறல் –
ஜூன் போன்ற ஒரு வெகுளித்தனம் –
அவளை அறியாமலிருப்பதோ –
பெருந் துயரம் –

தோழியாக அவளைப் பெறுவதோ
ஒரு நெருக்கமான கதகதப்பு
சூரியனே
உன் கையில்
சுடர் விடுவதுபோல

30

விலக்கப்பட்ட கனிக்குள்ள ருசி
பரிகசிக்கிறது
விதிக்குட்பட்ட பழத்தோட்டங்களை –

எவ்வளவு மதுர வசீகரத்துடன்
கிடக்கிறது
கடமை
தோட்டினுள்
பூட்டி வைக்கிற
பட்டாணி –

31

சொல்லப்பட்ட ரகசியம் –
ரகசியமாக இல்லாமல் போய்விடுகிறது –
வைத்துக் கொண்ட ரகசியமோ
ஒருவரை மட்டுமே
மிரளச் செய்யக் கூடியது –

அதைக்காட்டிலும்
தொடர் அச்சத்தில் இருப்பதுவே மேலானது

அதனிடமும்
மேலும்
அதைச் சொல்லியவரிடமும்
அஞ்சுவதற்குப் பதில் –

32

'இயற்கை' என்பது
நாம் காண்பது –
மலைத் தொடர் –
பிற்பகல் பொழுது –
அணில் –
கிரகணம் –
பெருவண்டு –

இல்லை –
இயற்கை என்பது விண்ணுலகு –
இயற்கை என்பது நாம் கேட்பது –
அரிசிப் பறவை –
கடல் –
இடி –
சிள்வண்டு –

இல்லை
இயற்கை என்பது இனியஒத்திசைவு –

இயற்கை என்பது நாம் அறிவது –
ஆயினும்
சொல்லத் திறனற்றது –

அவளது எளிமைக்கு முன்
அவ்வளவு வீரியமற்றது
நமது விவேகம் –

33

அந்த விலைமதிப்பற்ற சொற்கள்
அவனுக்கு
உண்ணும் சோறும் பருகும் நீரும்
ஆயின –
பெலனடைந்தது அவனது ஆன்மா –
அவன் வறியவன் என்பதை
உணரவில்லை இனிமேலும் –
அவன் வடிவம் புழுதி என்பதையும் –

மூட்டமான நாட்களின் ஊடே
நடனமாடிச் சென்றான் அவன்
விருப்பக் கொடையாகப் பெற்ற
இந்தச் சிறகுகள் –
ஒரு புத்தகம் மட்டுமே –
எத்தகைய விடுதலையைக் கொண்டுவருகிறது
கட்டிலிருந்து தளர்த்தப்பட்ட ஒரு ஆன்மா –

34

மகிழ்ச்சியான எந்த ஒரு மலருக்கும்
ஆச்சரியம் எதுவும் அளிக்காமல்
சிரசை அரிந்து செல்கிறது

உறைபனி

விளையாட்டாய் –
அதன் தற்செயல் அதிகாரத்தில் –

அந்தப் பொன்சிகைக் கொலையாளி
முன் செல்ல –
சலனமின்றிப் பயணத்தைத் தொடரும்
சூரியன் –

அங்கீகரிக்கும் கடவுளுக்காக
இன்னொரு நாளை
அளப்பதற்கு –

35

ஒரு கடிதத்தை நான் வாசிப்பது இவ்விதம்தான் –
முதலில் – தாளிடுகிறேன் கதவை –
மேலும் விரல்களால் தள்ளிப் பார்க்கிறேன் –
அதன் பொதிமானத்தை உறுதிசெய்துகொள்ள –

அதன்பின் வெகுதொலைவுக்குச் செல்கிறேன்
கதவு தட்டப்படுவதற்கு எதிர்ச் செயலாக –
பின் எனது சிறிய கடிதத்தை
முன்னால் எடுத்து வைக்கிறேன் –

மெல்ல அதன் பூட்டைத் திறக்கிறேன் –
சுவரை –
பின் தரையை –
இதற்கு முன்
இன்னும் விரட்டப்படாத
சுண்டெலியின் இன்மையை
நிச்சயப்படுத்திக்கொள்ள –

நீ அறிந்திராத ஒருவருக்கு
எவ்வளவு முடிவற்றவள் நான் என்பதைப்
படிக்கிறேன் கவனமாக

கடவுள் வழங்குகிற
ஆனால் அது அல்லாத
விண்ணுலகுக்காகப்
பெருமூச்செறிகிறேன் –

சாய்மான வெளிச்சம்

36

ஒரு புத்தகததைப் போன்ற
சிறு படைக் கப்பல்
கிடையாது
தொலை தூர நிலப்பரப்புக்கு
நம்மை அழைத்துச் செல்வதற்கு –

துள்ளிச் செல்லும் கவிதையின்
ஒரு பக்கத்தைப் போன்ற
போர்க்குதிரையும் கிடையாது –

மிகுந்த ஏழையும்
இந்தக் கடந்து செல்லலை
மேற்கொள்ளலாம்
சுங்கத்தின் அழுத்தம் இன்றி –

எவ்வளவு சிக்கனமானது
மனித ஆன்மாவைச் சுமந்து செல்லும்
இந்த ரதம் –

37

ஒரு ஆபரணத்தைப் பற்றியிருந்தேன்
என் விரல்களில் –
அப்படியே உறங்கிப் போனேன் –
அந்தப் பகல் வெதுவெதுப்பானது
காற்றும் மந்தமானதுதான் –
நான் சொன்னேன்
'அது அப்படியே நீடிக்கும்.'

கண் விழித்தேன் –
கடிந்துகொண்டேன்
என் நேர்மையான விரல்களை –
காணவில்லை அந்த ஆபரணக் கல் –
இப்போது
எனக்கென்று இருப்பது

ஒரு செந்நீல நினைவு மட்டுமே –

38

அது விழுந்தது மிகவும் கீழாக –
என்னுடைய மதிப்பில் –

அது தரையில் விழுந்து
மோதியதைக் கேட்டேன் –
என் மன ஆழக்
கல்தளத்தின் மேல்
தூள் தூள் ஆக –

ஆனாலும்
அதை வீசி எறிந்த
விதியைப் பழித்தேன் –
என்னைக் கண்டிப்பதைக்
காட்டிலும் குறைவாகவே –

முலாம் பூசிய
பரிமாறு கலன்களை
என் வெள்ளி அடுக்குத் தட்டின் மேலே –
மகிழ்வார்வத்துடன் வைத்ததற்கு –

39

நான் 'மனைவி'
அதை முடித்துவிட்டேன் –
அந்த இன்னொரு நிலையை –

நான் சர்வாதிகாரி
நான் 'பெண்மணி'
இப்பொழுது –
இதுவே பாதுகாப்பானது –

எவ்வளவு விசித்திரமாகத் தோன்றுகிறது
அந்த இளம்பெண் வாழ்க்கை
இந்த மெல்லிய கிரகணத்தின் பின்னே –

மண்ணுலகமும்
அப்படித்தான் தோன்றும்
விண்ணுலக வாசிகளுக்கு
என்று நினைக்கிறேன் –
இப்பொழுது –

இது இன்ப நலம் என்றால் –
அந்த வேற்று நிலை –
வலி –

ஆனால் ஏன் இந்த ஒப்பீடு!
நான் மனைவி!
அங்கேயே நிறுத்து!

40

நானொரு உலகத்தைத் தொலைத்தேன் – பிறிதொருநாள்
கண்டுபிடித்தீர்களா யாரேனும் ?
அதன் நெற்றிச் சுட்டியாய்க் கட்டிய
நட்சத்திரங்களின் வரிசையால் அறியலாம் நீங்கள் அதை

ஒரு செல்வந்தன் – அதைக் கண்டுகொள்ளாமல் இருக்கலாம் -

எனினும் – என் சிக்கனக் கண்ணுக்கோ
பொற்காசுகளைக் காட்டிலும் அதிகப் பெறுமானம் அதற்கு –
கண்டுபிடியுங்கள் – அதை – அய்யா - எனக்காக

41

மூடிக்கொண்டது எனது வாழ்க்கை இருமுறை
அதன் முடிவுக்கு முன் –

இனிமேல்தான் தெரியும்
நித்தியத்துவம்
திரை விலக்கிக் காட்டுமா
எனக்கு
மூன்றாவது நிகழ்வை
என்று

கற்பித்துப் பார்க்க முடியாத அளவு
மீப் பெரியதாய்
நம்பிக்கை இழக்கச் செய்வதாய்
இருமுறை நிகழ்ந்த இவற்றைப் போல

பிரிவதே சுவர்க்கத்தைப் பற்றி நாம் அறிவது அனைத்தும்,
நரகத்துக்கான நமது தேவை அனைத்தும் –

42

ஆன்மா அவளுக்கான சமூகத்தைத்
தேர்ந்தெடுக்கிறாள் –
பிறகு –
அடைத்துவிடுகிறாள்
கதவை –
அவளுடைய தெய்வீகப் பெரும்பான்மைக்கு
இனி இருப்பதற்கு இல்லை என –

அசைவின்றி அவதானிக்கிறாள் –
அவளது தாழ்ந்த வாயிலில்
ரதங்கள் தயங்கி
நிற்பதை –
ஒரு பேரரசர் அவளது தரைவிரிப்பில்
மண்டியிடுவதை –

அறிந்திருக்கிறேன் நான் –
அவள்
பரந்த தேசத்திலிருந்து
ஒருவரைத் தேர்ந்தெடுப்பதை –

அதன்பின்
அவளது கவனத்தின்
தடுக்கு இதழ்களை
மூடிக்கொள்வதை –

கல் போல –

43

அப்படி ஒரு வண்ணத்துப்பூச்சி
காணப்படலாம்
பிரேசிலின் பம்பாஸ் புல்வெளியில் –

சரியாக நடுப்பகலில்
பிறகு இல்லை – இனிமை
பின்னர் முடிந்து விடுகிறது
அந்த உரிமம் –

அத்தகைய ஒரு
வாசனைத் திரவியம்
வெளிப்படுத்தப்பட்டு
விரைந்து விடுகிறது –
உன்னுடைய பறித்தலுக்கு
உட்பட்டு –

நேற்றிரவு நீ அறிந்த
நட்சத்திரங்கள்
இன்று காலை
அந்நியர்கள் ஆவது
போல

44

ஒவ்வொரு பறவைக்கும் ஒரு ரொட்டித் துண்டு அளித்தார்
கடவுள்—

எனக்கோ ஒரு துணிக்கை மட்டுமே –
பசி வயிற்றைக் கிள்ளிய போதிலும் –
அதை உண்ணத் துணியவில்லை நான் –
என் துயர் கிளர் ஆடம்பரம் –

அதை உரிமையாக்கிக் கொள்வது –
அதை ஸ்பரிசிப்பது –
அந்தக் குளிகையை
எனதாக்கிய சாதனையை நிறுவுவது –
மிகு விழைவே
என் சிட்டுக்குருவி அதிர்ஷ்டம்
என் பேரின்பம் –

சுற்றிலும் வறட்சியாக இருக்கலாம் –
ஒரு தானிய மணியைக்கூட
நான் தவற விடுவதற்கில்லை –
அவ்வளவு தாராளம் புன்னகைக்கிறது
என்னுடைய உணவுப் பொதிமீது –

என் களஞ்சியம் நிறைவாகவே இருக்கிறது

செல்வந்தர்கள் –
வணிகக் கப்பல் பயணிகள் –
கோமான்கள் –
எப்படி உணரக்கூடும் என்று வியக்கிறேன்.

எண்ணிக்கொள்கிறேன் நான்
ஒரு சிறு துணிக்கையுடன் மட்டுமே
அவர்கள் அனைவருக்கும் அரசியாக –

45

ஓய்வுநாள் ஆராதனையை
தேவாலயத்துக்குச் சென்று
கடைப்பிடிக்கிறார்கள் சிலர்
நானோ வீட்டில் இருந்தபடியே –
பறவையே
இசைக்குழுப் பாடகனாக–
கனித் தோட்டமே
மேல் விதானமாக–

வெண் மேலங்கியுடன்
சிலர் வழிபடுகிறார்கள் –
நானோ எனது சிறகுகளையே
அணிந்துகொள்கிறேன் –
தேவாலய மணியை
ஒலிக்கச் செய்வதற்கு மாறாக
நம்முடைய சுள்ளான் பாடுகிறான் –

கடவுள்
குறிப்பிடத்தக்க திருச்சபை குரு –
போதனை செய்கிறார்
அந்தப் பிரசங்கம் ஒருபோதும்
நீண்டது அல்ல
ஆக
இறுதியில்
சுவர்க்கத்தைச் சென்றடைவதற்கு
மாறாக

போய்க்கொண்டே இருக்கிறேன்
நான்

46

மேலே இருக்கும் தந்தையே!
கவனியுங்கள்
ஒரு சுண்டெலி
பூனையால் ஆட்கொள்ளப்படுவதை!
ஒதுக்குங்கள்
உங்களது சாம்ராஜ்ஜியத்தில்
ஒரு மாளிகை
எலிக்காக!

தேவதூதருக்கான அலமாரியில்
இதமாக நாள்முழுதும்
அது கொறித்திருக்க
கிஞ்சித்தும் சந்தேகிக்காத வாழ்க்கைச் சக்கரங்கள்
சுழல்கின்றன அமைதியாக!

47

'விசுவாசம்' என்பது
ஒரு நேர்த்தியான கண்டுபிடிப்பு
கனவான்கள் காணமுடிகிறபோது –

ஆனால்
நுண்ணோக்கிகளே
உசிதமானவை
ஒரு நெருக்கடியான நிலையில்

48

மிகுந்த வேதனைக்குப் பின்
ஒரு சம்பிரதாயமான உணர்ச்சி வருகிறது –
நரம்புகள்
கல்லறைகள்போல அமர்கின்றன –
ஆசாரத்துடன் –

விறைப்பான இதயம் வினவுகிறது
அவன் தானா சுமந்தது
நேற்றா
அல்லது
நூற்றாண்டுகளுக்கு முன்னரா?

பாதங்கள்
ஒரு மரத்துப்போன தன்மையில்
இயந்திரத்தனமாக
தரையையோ ஆகாயத்தையோ வெறுமையையோ
வளைய வருகின்றன –
பிறகு இதையெல்லாம் பொருட்படுத்தாமல் முதிர்வது
ஒரு கல்போல்
படிகம் ஒன்றின் நிறைவு –

இதுவே
பாரத்தின் கணம் –

விஞ்சி வாழ்ந்தால்
நினைக்கப்படுவது –

உறைந்துகொண்டிருக்கிறவர்கள்
பனியை நினைவுகூர்வதுபோல –

முதலில் குளிர்ச்சி
பின் கிறக்கம் –
பிறகு
பிடிதளர்தல் –

49

ஒருபோதும் மரிக்காத
புகழின் சிறுவர்களும் சிறுமிகளும்
மிக அரிதாகவேதான்
பிறக்கிறார்கள் –

50

ராபின் பறவைகள் வருகிற வேளையில்
நான் உயிருடன் இல்லையென்றால்
சிவப்புக் கழுத்துப் பட்டியை அணிந்த
அந்தப் பறவையிடம் தந்துவிடு
நினைவுச் சின்னத்தின் ஒரு துணுக்கை –

ஆழ்ந்து உறங்கிவிட்டதால்
உனக்கு நன்றி சொல்ல முடியாது போனால்
என்னுடைய கருங்கல் உதடுகளைக் கொண்டு
முயற்சிக்கிறேன் என்பதை
உணர்ந்துகொள்ள முடியும் உன்னால் –

51

மெதுவாக வா —
ஏதேன் தோட்டமே !
உனக்குப் பழக்கப்படாத உதடுகள் —
நாணத்துடன் உறிஞ்சுகின்றன
உன் மல்லிகை மலர்களை —

சொக்கிப்போகிற வண்டு —
அவனுடைய மலரைத்
தாமதமாக அடைந்து
அவளது உள்ளறையைச் சுற்றிலும்
ரீங்கரித்து —
பூந்தேனை அளவிட்டு —
உள் நுழைந்து —
இதமான நறுமணக் குழையில்
தொலைந்துவிடுவதுபோல —

52

உனது ஆன்மாவில்
தொட்டுத் தடுமாறுகிறான் அவன்

முழு இசையையும் இசைப்பதற்கு முன்
விசைக் கட்டைகளைச் சோதித்துப் பார்க்கும்
இசையாளரைப் போல –

சிறுச் சிறிதே
திகைக்கச் செய்கிறான் உன்னை –

தொலைவிலும்
பின் அருகிலும்
மெதுவாகவும்
கேட்கும்

சன்னமான சுத்திகளின்
விண்ணுலக அடிக்குத்
தயார்ப்படுத்துகிறான் –

நொய்ம்மையான
உனதியல்பை –

சீர்மைப் படுத்திக்கொள்ள
உனது மூச்சுக்கும் –

குமிழ்ந்து குளிர
உனது மூளைக்கும்

அவகாசம் உண்டு –

உன்னுடைய நிர்வாண ஆன்மாவை
அரிந்து போடும்
ஒரு கம்பீரமான இடி முழக்கத்தை
அனுப்புகிறான் அவன் –

காடுகளைக் காற்றுகள்
தங்களுடைய பாதங்களில்
பற்றிக்கொள்கையில் –

சலனமற்றிருக்கிறது
இந்தப் பிரபஞ்சம் –

53

என் வாழ்க்கை
மூலைகளில்
நிறுத்தி வைக்கப்பட்டிருக்கிறது
மருந்து திணிக்கப்பபட்ட
துப்பாக்கியாக –

உரிமையாளர் வந்து –
இனம் கண்டு –
என்னைத் தூக்கிச் சென்ற நாள்வரை –

இப்பொழுதோ
எங்களுக்கேயான வனாந்தரங்களில்
சஞ்சரிக்கிறோம் –

பிணை மானை
வேட்டையாடுகிறோம் –

ஒவ்வொரு முறையும்
அவனுக்காக நான் பேசும்போதும்
மலைகளே
மறுமொழி தருகிறன்றன
நேரடியாக –

புன்னகை செய்கிறேன் நான்

பள்ளத்தாக்கின் மீது
அப்படி ஒரு
இணக்க ஒளி –

ஒரு எரிமலையின் முகம்
அதன் களிப்பை
வெளிக் காட்டியதுபோல –

இரவுப் பொழுதில் –
அந்த நன்னாளின் முடிவில் –
காத்து நிற்கிறேன்
எஜமானனின் சிரசை –
அது மேலானது –
பறவைகளின் இறகுகளால் ஆன
ஆழ் தலையணையைப்
பகிர்ந்துகொள்வதைப்
பார்க்கிலும் –

அவனுடைய எதிரிக்கோ
நான் மரண எதிரி –
யாரும் அசைவதற்கில்லை
இரண்டாம் முறை –
அவர்கள்மீது வைக்கிறேன்
ஒரு கூரிய விழி –
அல்லது ஒரு
அழுத்தக் கட்டைவிரல் –

அவனைவிட அதிகக் காலம்
நான் வாழக் கூடும் என்றாலும் –
அவன் வாழ வேண்டும்
அதிகமாக –
என்னைவிட –

ஏனெனில்
கொல்வதற்கான ஆற்றலே
என்னிடம் உள்ளது –
மரிப்பதற்கான ஆற்றல் இல்லை –

54

விழி அணைக்கப்படுவதன் முன்
பார்க்க விரும்பினேன்
கண்கள் தவிர
வேறு வழியே அறியாத
உயிரிகள்போல –

ஆனால்
நான் வானத்தைப் பெறலாம்
எனக்கே என்று
என்னிடம் இன்று சொல்லப்பட்டிருந்தால் –
நான் உன்னிடம் சொல்கிறேன்
என் இதயம் பிளந்துவிடும்
என் உடல் தாளாது –

பசும்புல் வெளிகள் – எனதே
மலைத் தொடர்கள் – எனதே
அனைத்து வனங்கள் –
வரம்பற்ற நட்சத்திரங்கள் –
எவ்வளவு பகல்பொழுதை
என்னுடைய வரையறுக்கப்பட்ட
விழிகளின் வழியாகப்
பற்றிக்கொள்ள முடியுமோ
அவ்வளவையும் –

தாழப் பறக்கும் பறவையின் அசைவுகள் –
வைகறையின் மஞ்சள் பழுப்புச் சாலை –
எனக்கே எனக்காய்

நான் விரும்பிய
அந்தச் செய்தியே
எனக்கு
மரண அடி –

எனவே
சிந்தித்துப் பார்க்கையில்
பாதுகாப்பானது அதுவே

என் ஆன்மாவை மட்டும்
ஜன்னல் கண்ணாடிமீது –

எங்கே
மற்ற உயிரிகள்
கண்களை வைக்கிறார்களோ
அங்கே –
சூரியனைப் பற்றிய கவனம் இன்றி –

55

முன்னுணர்வு என்பது
புல்வெளியில்
நீளும் நிழல் –

சூரியன்கள் அஸ்தமிக்கின்றன
என்பதைச்
சுட்டிக்காட்டும் வகையில் –

திடுக்கிட்ட புல்லுக்கு
அளிக்கப்படும் அறிக்கை –

இருள் கவியப் போகிறது
என்று –

56

ஒரு மயிரிழையில் தப்புவதை விரும்புகிறோம்.
அது மனத்தில் கூச்செறிகிறது
செயலுக்கோ விபத்துக்கோ
மிகத் தொலைவில் இருந்தும்
காற்றின் பத்திகள்போல

நாம் குறைவாய்த் துணிந்திருத்தால் –
மென்காற்றும் அவ்வளவு நுண்ணியது அல்ல –
அதன் தெய்வீகப் பற்றிழைகள்
நம் மயிர்க்காலைத்
தீண்டுவதற்கு –

57

நினைவுக்கு ஒரு புறவாசலும் முன்முகப்பும் இருக்கிறது
அது ஒரு வீடுபோலத்தான் –
அதற்கு ஒரு பரண் அறையும் இருக்கிறது
குப்பைகூளங்களுக்கும் சுண்டெலிக்கும் ஆக –

தவிர எந்தக் கல்கொத்தனாலும் பதிக்கப்பெறாத
மிக ஆழமான நிலவறையும்

அதன் ஆழங்களால்
நாம் பின்தொடரப்படாமல்
இருப்பதை
உறுதிசெய்து கொள் –

58

அறுவை மருத்துவர்கள்
மிகவும் கவனமாக
இருக்க வேண்டும்
கத்தியை
எடுக்கும்போது !

அவர்களது
நுண்ணிய கீறல்களுக்குக்
கீழே
அசையும்
குற்றவாளி

உயிர் !

59

ஒரு வலி—அத்தனை முழுமையானதாய் —
சாரத்தை விழுங்கி விடுகிறது அது —
பிறகு
மெய் மறந்த நிலையால்
மேவி விடுகிறது பாதாளத்தை —
ஆகவே
நினைவுகளால் அடியெடுத்துவைக்க முடிகிறது
அதைச் சுற்றி —
அதைத் தாண்டி —
அதன் மீது —
மூர்ச்சை அடைந்த
ஒருவனைப்போல —

கவனமாகச் சென்றாலோ
அங்கே ஒரு திறந்த விழி —
வீழ்த்திவிடும் அவனை —
ஒவ்வொரு எலும்பாக —

60

அமைதி வந்துவிட்டதெனப்
பலமுறை எண்ணியிருக்கிறேன்
அமைதி வெகுதொலைவில்
இருந்தபோதும் –

தத்தளிக்கும் மனிதர்கள்
நிலத்தைக் கண்டுவிட்டதாக
நடுக்கடலில்
நினைத்துக்கொள்வதுபோல –

கடும் முயற்சியில் தளர்ந்து –
ஆனால்
என்னைப் போலவே
நம்பிக்கை இழந்து
நிரூபிப்பதற்கு

எத்தனை எத்தனை
கற்பனைக் கரைகள்

துறைமுகத்துக்கு
முன்னர்

61

துயரத்தைச் சிரமப்பட்டுக் கடந்துவிடுவேன் –
அதன் ஒட்டுமொத்தக் குளங்களையும் –
அது எனக்குப் பழக்கமானது –

ஆனால் களிப்பின் ஒரு சிறு துள்ளலோ
என் கால்களைத் தடுமாறச் செய்துவிடுகிறது –
சாய்கிறேன் – குடிபோதையில் –
கூழாங்கல் எதுவும் – நகைக்க வேண்டாம் –
அது அந்தப் புது மதுவினால் –
அவ்வளவுதான் –

பாரங்களைச் சுமக்கும் படிக்கு
கட்டுப்பாட்டினால் நிர்ப்பந்திக்கப்பட்ட –

வலியே ஆற்றல் –

அரக்கர்களுக்கு
இதத்தைக் கொடு –

அவர்கள் மனிதர்களைப் போல
வாடி வதங்கிவிடுவார்கள் –
ஆனால்
இமய மலையைக் கொடு –
அதைத் தூக்கிச் சென்றுவிடுவார்கள் !

62

ஏன் என்னை அடைக்கிறார்கள் அவர்கள்
சுவர்க்கத்தை விட்டு?
நான் மிகவும்
உரத்துப் பாடினேனோ?
ஆனால் –
'இளையவள்' என்னால்
சிறிதுதானே இசைக்க முடியும்
ஒரு பயங்கொள்ளிப் பறவையாய் –

தேவதைகள்
விசாரணை செய்யமாட்டார்களா –
என்னை –
இன்னும் ஒருமுறை –
நான் அவர்களை சிரமப்படுத்திவிட்டேனா
என்று பார் சிறிது –

ஆனால்
கதவை மட்டும் மூடாதே –

வெள்ளை அங்கி அணிந்த
அந்தக் கனவான் ஆக
நான் இருந்து –
தட்டிய அந்தச் சிறு கை

அவர்களாக இருந்தால் –

தடை செய்திருக்க முடியுமா
என்னால்?

63

ஒரு ஈமச் சடங்கை உணர்ந்தேன் என் சிந்தையில்
துக்கம் காக்கிறவர்கள்
முன்னும் பின்னும்
மிதித்து –
மிதித்து நடந்துகொண்டிருந்தார்கள்
பிரக்ஞை நொறுங்குவதாய்த்
தோன்றும்வரை

மேலும்
அவர்கள் அனைவரும் அமர்ந்தவுடன்
இறுதிச் சடங்கின்
பறைபோல ஒன்று
அடித்து–
அடித்துக்கொண்டிருந்தது –
என் மனம் மரத்துப் போய்க்கொண்டிருப்பதாக
நான் நினைக்கும்வரை –

அதன்பின் அவர்கள்
பெட்டியைத்
தூக்குவதைக் கேட்டேன்
அதே ஈயச் சப்பாத்துகளுடன்
மீண்டும் என் ஆன்மாவின் ஊடே
கிரீச்சிட்டு நடப்பதை

அதன்பின்
பரவெளி – முழங்கியது

மொத்த விண்ணுலகும்
தேவாலய மணிநாதம் ஆக –

இருப்பு
ஒரு செவி மாத்திரமே ஆக –

நானும் மௌனமும்
விசித்திர இனமாக
அழிக்கப்பட்டும்
தனிமையிலும்
இங்கே –

அதன் பிறகு
தர்க்கத்தின் பலகை உடைந்தது
வீழ்ந்தேன் நான்
கீழே
கீழே –
ஒவ்வொரு வீழ்ச்சியிலும்
ஓர் உலகை முட்டி மோதினேன்
அத்துடன்
அறிந்துகொள்ளுதலை
முடித்துக்கொண்டேன் –

பிறகு –

64

மரணத்துக்குப் பின்
வீட்டின்
காலைநேரப் பரபரப்பு
மண்ணுலகில்
நிகழ்த்தப்படுகிற
ஆகத் தீவிரமான செயல்பாடு –

உள்ளத்தைப் பெருக்கி
அன்பை ஒதுக்கி வைப்பதென்பது –
நித்தியகாலம்வரை
நாம் மீண்டும் உபயோகிக்க விரும்பாததை

65

பலகையிலிருந்து பலகைக்கு
அடியெடுத்து வைத்தேன்
மிக மெதுவாக
எச்சரிக்கையுடன் –

நட்சத்திரங்களுக்கு இடையே
என் தலையை உணர்ந்தேன்
கடலை
என் காலில் –

ஆனால் நான் அறிந்திருக்கவில்லை
அடுத்து வருவது
என் இறுதி அடியாய் இருக்குமென –
அது எனக்கு அளித்தது
அந்த
நிலை தடுமாறிய நடையை –

அதையே அனுபவம் என்கின்றனர் சிலர்

66

கிட்டத்தட்ட காணாமல் போனேன்
காப்பாற்றப்பட்ட கணத்தில்!

கிட்டத்தட்ட உலகம் நழுவிச் செல்வதை
உணர்ந்தேன்!
நித்தியத்துடன் தொடங்குவதற்குத்
தயார்ப்படுத்திக்கொண்டேன்

அப்பொழுது
சுவாசம் திரும்பி வீசியது

மறுபக்கத்தில் செவியுற்றேன்
ஏமாந்த அலைகளின் பின்வாங்கலை!

ஆகவே
எல்லைக் கோட்டின்
விசித்திர ரகசியங்களைச்
சொல்ல வந்திருக்கும்
ஒருவராக உணர்கிறேன்!

அயல் மண்ணின் கரைகளைச்
சுற்றிவந்த
ஏதோ ஒரு கடலோடியாக –

பீதியூட்டும் கதவுகளிலிருந்து
மூடப்படும் முன் திரும்பிய
ஏதோ ஒரு வெளிறிய நிருபராக!

இன்னொரு முறை
வசிக்க!

இன்னொரு முறை
செவிகளால் கேட்கப்படாத
விழிகளால் ஆராயப்படாத
விஷயங்களைப்
பார்க்க–

இன்னொரு முறை
தாமதிக்க–

காலம் ஏமாற்றிச்
செல்கையில்–

நூற்றாண்டுகள்
மெல்லடி எடுத்து வைக்கின்றன–
சக்கரங்கள் சுழல்கின்றன!

67

அப்பொழுது மரித்தவர்கள் அறிந்தார்கள்
எங்கே சென்றார்கள் என்பதை –
அவர்கள் கடவுளின் வலது கரத்துக்குச் சென்றார்கள் –
அந்தக் கரம் துண்டிக்கப்பட்டுவிட்டது
இப்பொழுது –

கடவுளையும் காணவில்லை.

நம்பிக்கையைத் துறப்பது
நடத்தையைக் குறுக்கிவிடுகிறது –

ஒளியே இல்லை என்பதற்குக்
கொள்ளிவாய்ப் பிசாசே மேல் –

68

நாம் சென்றுகொண்டிருக்கும்போது
நாம் செல்கிறோம் என்பதை
அறிவதே இல்லை –

வேடிக்கையாகப் பேசிக்கொண்டே
அடைக்கிறோம்
கதவை –

பின் தொடரும் விதி
அதனைத் தாழிடுகிறது –

பிறகு நம்மால்
அணுக முடியாமல்
போய்விடுகிறது –

69

ஒரு விதமான சாய்மான வெளிச்சம்
இருக்கிறது
கூதிர்காலப் பிற்பகல் பொழுதுகளுக்கு—
தேவாலய இசையின்
பளுவைப் போல
அழுத்துகிறது அது –

தெய்வீகமான காயப்படுத்துதலை
அளிக்கிறது அது நமக்கு—
தழும்பு எதனையும்
காணமுடியாது நம்மால் –

ஆனால்
அர்த்தக் கற்பிதங்களில்
உள்ளக மாறுபாடுகள் –

எவராலும்
அதைக் கற்பிக்க இயலாது
எதையுமே –
நிர்க்கதியின் முத்திரை அது –
பரவெளியிலிருந்து
நமக்கு அனுப்பப்பட்ட
சர்வ வல்லமையுள்ள வாதை –

அது
வருகிறபோது
நிலக்காட்சி அவதானிக்கிறது –

நிழல்கள்
மூச்சை அடக்கிக்கொள்கின்றன –

அது
செல்கிறபோது
மரணத்தைப் போல் இருக்கிறது
தூரம் –

70

கிணறுகள் எங்கு சுரக்கின்றன என்பதை அறிவேன் –
வறட்சியே அறியாத கிணறுகள் –
கோடை நாட்களுக்காக ஆழமாகத் தோண்டப்பட்டவை –
அங்கு பாசிகள் விலகிச் செல்வதில்லை –
கூழாங்கல் – விளையாடுகிறது பாதுகாப்பாக –

ஆழத்தாலும் –
ஒழுங்கின்றி வெட்டப்பட்ட
கற்களால் ஆன
இடைகழியாலும்

ஆனது அது –

பதிக்கப்பட்டிருக்கின்றன
பாதிவரை மரகதங்கள் –
இறைந்திருக்கின்றன
வைரக்கற்கள் –

நீர்ச்சால்கள் எதுவும் அதற்கில்லை –

செல்வம் என்னிடம் இருந்தால்
வாங்கியிருப்பேன் ஒரு நீர்ச்சால் –
அடிக்கடி எனக்குத் தாகம் எடுக்கிறது–
ஆனால் என் உதடுகள் –
பாருங்கள் – அவ்வளவு தூரத்தில் –
ஒரு பழைய பாணிப் புத்தகத்தில் படித்தேன்
எவருக்குமே தாகம் எடுப்பதில்லை என்று
அங்கே கிணறுகளுக்கு நீர்ச்சால்கள் இருக்கின்றன –
அப்படித்தான் என்று எண்ணுகிறேன் – உறுதியாக –

அப்பொழுது –
நினைப்போமா நாம் நா உலர்ந்துபோவதை?
அந்தத் தண்ணீர்கள் அவ்வளவு ஆரவாரமாய்த்
                                        தோன்றுகின்றன
என்னுடையதோ –
ஒரு மிகச் சிறிய கிணறு –
புரிந்துகொள்ள அருமையானது
என்றே எண்ணுகிறேன் –

71

நான் மரணத்துக்காக நிற்க முடியாது என்பதால் –
அவன் கருணை கூர்ந்து நின்றான் எனக்காக –
அந்தக் குதிரைகள் பூட்டிய வண்டியில்
நாங்கள் மட்டும்தான் –
இறவாமையும் –

மெதுவாக நாங்கள் பயணித்தோம் –
அவசரம் ஒன்றும் அறியான் அவன் –
நானும் ஒதுக்கி வைத்துவிட்டேன்
என்னுடைய வேலையையும்
ஓய்வு நேரத்தையும்
அவனுடைய நனி நாகரிகத்துக்காக –

இடைவேளையில் விளையாட்டரங்கில்
வளையங்களில் முயற்சிக்கும் குழந்தைகளின்
பள்ளியைக் கடந்து சென்றோம் நாங்கள் –
கடந்து சென்றோம் உற்றுநோக்கும் தானிய வயல்களை–
கடந்து சென்றோம் அஸ்தமனச் சூரியனை –

மாறாக –
அவன் கடந்து சென்றான் எங்களை –
பனித்துளிகள் நடுங்கி எழுந்து குளிர்ந்தன –
சிலந்தி இழையே என் அங்கியாக –
மெல்லிய துகிலே என் உத்தரியமாக –

இடையில் சற்று நின்றோம்
தரையின் புடைப்புப் போன்ற
ஒரு வீட்டின் முன் –
அரிதாகவே புலப்பட்டது மேற்கூரை –
விதானத்தின் வார்ப்படம் நிலத்தில் –

அதன்பின்
நூற்றாண்டுகள் –
ஆயினும் குறுகியவை அவை
அந்நாளைக் காட்டிலும்
அன்று நான் யூகித்த குதிரைகளின் முகங்கள்
நோக்கியிருந்தன – நித்தியத்துவத்தை –

சாய்மான வெளிச்சம்

காலச்சுவடு பப்ளிகேஷன்ஸ் (பி) லிட்.
Published by Kalachuvadu Publications (Pvt. Ltd.),
669, K.P. Road, Nagercoil 629001, India
Phone: 91-4652-278525
e-mail: publications@kalachuvadu.com

03/2023/S.No.1156, kcp 4345, 18.6 (2) uss